TRẦN NHO CHUNG

PHƯƠNG TRÌNH HÔN NHÂN

CÁCH HOÁ GIẢI BÀI TOÁN ĐAU ĐẦU CỦA HÔN NHÂN VÀ TÌM RA ĐÁP SỐ HẠNH PHÚC CHO BẠN

Mục lục

ĐÔI NÉT VỀ TÁC GIẢ

Trần Nho Chung

Từng là người cha nóng nảy, người chồng khó tính, liên tục tạo ra những xung đột trong mối quan hệ mà không biết, dẫn tới hôn nhân đổ vỡ. Anh oán hận cuộc đời, buông xuôi, sống không mục đích, để nhiều năm tháng trôi qua trong đau khổ, lãng phí...

Nhưng hiện tại, anh đã chữa lành nội tâm, tìm được mục đích sống, trở thành người bố bình an, hạnh phúc và được hai con yêu quý. Bên cạnh đó, anh cũng là nhà tư vấn, chuyên giúp mọi người vượt qua các biến cố tâm lý, và lấy lại sự thăng bằng trong cuộc sống.

Chung tin rằng: Mọi việc xảy ra trong cuộc sống đều mang một thông điệp giá trị nào đó. Mọi vấn đề mà tạo hóa ban cho bạn, là những bài toán mà với phương pháp đúng đắn, bạn sẽ có lời giải trọn vẹn.

LỜI MỞ ĐẦU

Đã bao giờ bạn nhìn ai đó vui vẻ, mà mình lại cảm thấy buồn chưa?

Công viên hạnh phúc

Tôi còn nhớ mãi một sáng mùa hè cách đây hơn 4 năm. Sau bữa sáng với các con, vợ tôi nói, "Hôm nay em muốn hai vợ chồng đi chơi với con một buổi. Đây cũng là mong muốn cuối cùng của em."

Lúc đó, tôi cảm thấy khá miễn cưỡng. Nhưng rồi, vì niềm vui của các con nên tôi đã đồng ý. Thế là, trên chiếc xe Honda màu đen, chúng tôi đã có mặt ở công viên Nghĩa Đô.

Vẫn là công viên cũ nhưng cảm giác hôm ấy khác lắm, khác với tất cả những lần trước đó. Công viên vẫn náo nhiệt như những ngày cuối tuần thường thấy, vẫn có nhiều gia đình quây quần bên nhau, cười nói vui vẻ, nhưng tôi lại thấy nao lòng. Cũng nơi đây, chúng tôi đã từng có những buổi chiều cùng con chơi cầu trượt, đu quay, hay những buổi tối thong dong dắt tay nhau đi dạo quanh hồ, vừa đi vừa trò chuyện rôm rả, các con khoe chuyện bạn có đồ chơi mới, vợ tôi thì hứa thưởng các con bằng chuyến đi du lịch mùa hè...

Lúc đi dạo với gia đình thân yêu hồi ấy, tôi hạnh phúc lắm, nhưng tôi nghĩ đó là một việc hoàn toàn bình thường, và chúng tôi sẽ có nhiều hơn nữa những tháng ngày bên nhau như vậy.

Người ta nói chỉ khi nào sắp mất một thứ gì đó, thì chúng ta mới thực sự trân trọng nó và càng thấm thía sự quý giá của thời gian. Giờ đây tôi đã được trải nghiệm điều đó một cách sâu sắc.

Lúc ấy, nhìn hai con vui vẻ chơi đùa mà tôi ước thời gian như chậm lại, để được cảm nhận từng giây từng phút hạnh phúc đang trôi qua. Vì chúng tôi đều biết rằng những khoảnh khắc như thế này sẽ rất khó có lần thứ hai.

Lúc đó, vợ tôi khẽ bảo cậu con trai, "Hôm nay con chơi thoải mái đi nhé..."

Con trai tôi ánh mắt hồ hởi, "Tuần sau lại đi chơi mẹ nhé!"

Tôi nghe câu nói ấy mà cảm thấy cổ họng nghẹn lại, những giọt nước mắt như chảy ngược vào trong tim. Với tư cách một người cha, làm sao tôi có thể nói với con rằng mong ước chính đáng ấy sẽ không thể thực hiện được?

Có lẽ lâu lắm rồi các con tôi mới được đi chơi cùng nhau vui như vậy. Những nụ cười rạng rỡ của cậu con trai, hay tiếng gọi còn pha chút ngọng nghịu của cô con gái khiến tôi thực sự dằn vặt.

Thế nên, chúng tôi kéo dài chuyến đi chơi bằng cách tiếp tục cho các con đi ăn kem và pizza. Nhưng tôi biết, dù có cố gắng thế nào đi chăng nữa, kiểu gì cũng phải đến hồi kết. Lúc ra về, con trai tôi lăng xăng đòi chụp ảnh bên lá cờ trang trí sặc sỡ trước cửa quán... Hay là con cũng biết rằng những cuộc sum vầy của cả gia đình như vậy là thật sự quý giá, và cố níu kéo dù chỉ là những khoảnh khắc giản đơn?

Chuyến đi chơi đã kết thúc như vậy đấy, trái tim vốn đã tan vỡ của tôi như thể có bàn tay ai đó đang bóp nghẹt lại. Gia vị của sự chia ly mất mát thật chua xót. Lúc đó, tôi cảm thấy phía trước như là ngõ cụt, tôi cố vùng vẫy nhưng trái tim tôi chỉ biết kêu gào:

"Tại sao điều này lại xảy ra với một người tốt bụng như mình cơ chứ? Thật là khó chấp nhận!"

Sau đó là quãng thời gian thực sự khó khăn với tôi. Hai vợ chồng tôi đã ly thân với hy vọng khoảng lặng tĩnh tâm của mỗi người, sẽ trở thành cơ hội để cứu vãn hạnh phúc gia đình. Vợ tôi dọn ra ngoài sống và chỉ thăm các con vào cuối tuần. Tôi cùng hai con sống với ông bà nội ở quê. Một mình tôi vừa phải đi làm mưu sinh, vừa phải gồng gánh trách nhiệm của người cha đơn thân với tận hai đứa con. Cũng may nhờ có ông bà nội nên phần nào gánh nặng được giảm bớt. Tuy thế, tôi vẫn phải bỏ qua tất cả mọi cuộc gặp gỡ, tụ tập, vui chơi với bạn bè, để dành thời gian cho các con.

Cậu em tôi thân có vài ba lần mời tôi sang nhà nó chơi, rồi rủ đi cà phê, mà tôi lần lữa mãi. Thấy tôi kêu bận suốt, thế là cậu ấy hỏi, "Dạo này anh làm gì mà bận thế?"

Tôi chỉ nói bận công việc rồi con cái nên không đi đâu được, mà không đề cập đến lý do chính vì ngại. Sau này, tôi nghe cậu ấy kể rằng đã biết chuyện của vợ chồng tôi từ trước, nên cũng muốn rủ tôi đi cà phê tâm sự. Ấy thế mà tôi đã từ chối, để rồi mất đi cơ hội gắn kết tình anh em.

Bên cạnh đó, để gia tăng cơ hội hàn gắn hôn nhân, hai vợ chồng tôi đã không ngại chi hàng chục triệu và dành rất nhiều thời gian để tham gia các khoá trị liệu tâm lý, các liệu trình hồi sinh hạnh phúc.

Tôi cứ ngỡ sẽ nhanh thôi, nào ngờ...

3 tháng...

6 tháng...

9 tháng...

1 năm...

Mọi thứ không có gì tiến triển...

Mặc dù tôi đã có một khoảng thời gian dài sống với hai con, thế nhưng đó lại là những ngày tháng dằn vặt bản thân...

Tôi luôn cảm thấy có lỗi khi không thể nào cho các con một gia đình có đủ đầy hơi ấm của người mẹ.

Bên cạnh gánh nặng tinh thần từ bản thân, sự vất vả cùng cực còn đến từ những ngày con đau ốm. Con trai tôi kén ăn, hầu như chỉ uống sữa. Vì thế mỗi lần cảm cúm hoặc sốt cao là người con lại xanh xao, trông thương lắm. Có những hôm, con ốm nặng mà tôi không thể nghỉ làm vì công việc quá nhiều. Tan ca một cái là tôi chạy ngay về nhà đưa con vào viện khám. Đi lại ngược xuôi, lo lắng chờ đợi kết quả, đến nửa đêm mới đưa con về nhà.

Nhìn con nằm lả đi trên giường, hơi thở khó nhọc mà tôi chỉ ước sao con ngủ thật ngon, và hôm sau tỉnh dậy sẽ chơi đùa vui vẻ như thường ngày. Ngồi đó trông con mà tôi cũng không dám ngả người nằm ngủ, sợ có điều gì đó xảy ra với con. Khi đó tôi mới thấy thèm một giấc ngủ sâu thực sự, bình yên như bao người khác.

Nhiều lúc nhìn vào gương, chính tôi cũng không nhận ra bản thân mình bởi sự suy sụp, hốc hác hiện rõ trên khuôn mặt. Mỗi lúc nằm xuống giường trong sự mệt mỏi, trong thâm tâm tôi lại gào lên:

"Trời ơi, sao bất công thế? Tại sao một người hiền lành như mình, lại phải chịu đựng những điều này????"

Hiện tại...

Bạn có thể nghĩ rằng nếu tôi đã là một tác giả, viết sách về hôn nhân, thì có thể tôi đã hàn gắn được cuộc hôn nhân ấy. Nhưng không, đời không như mơ, sau đó 2 năm mòn mỏi, chúng tôi đã quyết định chia tay.

Tuy nhiên, tôi đã không thể nào tin nổi, mình đã có thể vượt được qua những quãng thời gian đau khổ ấy.

Nếu như trước đây tôi luôn đay nghiến và chỉ trích bản thân về việc mình là người cha thế này thế kia, thì giờ đây, tôi tự hào rằng mình vẫn là một người cha được các con yêu quý, thậm chí còn tạo ra những kỷ niệm ấm áp hơn xưa.

"Bố là người bảo trợ và giám sát con hàng ngày. Với con, bố là người tuyệt vời nhất!"

Đó là câu văn mà cậu con trai 8 tuổi của tôi, viết trong bài văn tả về một người thân mà tôi đã tình cờ đọc được. Cậu bé đã không nói với tôi, chắc vì sống nội tâm và cũng hiểu chuyện (theo lời nhận xét của cô giáo). Lúc đọc nó, tôi đã không cầm được nước mắt.

Ngoài ra, con trai còn khiến tôi thực sự hạnh phúc với phần quà đầy ý nghĩa là Giải khuyến khích trong cuộc thi vô địch sơ đồ tư duy "Hanoi Mindmap Championship" dành cho học sinh Thủ đô năm 2023. Thành tích ấy thật ấn tượng, và có giá trị tinh thần rất lớn đối với tôi.

Ảnh: Con trai tôi trong lễ tổng kết trao giải cuộc thi Vô địch Sơ đồ tư duy "Hanoi Mindmap Championship."

Còn con gái tôi thì đang học mầm non, độ tuổi thích khám phá mọi thứ và thú vui của con là vẽ. Cô bé vẽ rất nhiều thứ.

Một lần nọ, tôi cho cô bé đi dã ngoại ở lớp vẽ của con trai tôi. Cô bé hớn hở ra mặt và vui vẻ suốt cả buổi với quà thu hoạch là một bức tranh lá rất đáng yêu. Con đưa cho tôi bức tranh và nói với giọng đầy yêu thương, "Con tặng bố bức tranh này, lúc nào nhớ con thì bố lấy ra xem nhé!"

Ảnh: Con gái tôi chụp với bức tranh con rất tự hào.

Thú thật, tôi không thể nghĩ câu nói đó lại có thể đến từ một cô bé sống nội tâm, ít thể hiện cảm xúc như con gái tôi. Câu nói ấy làm tôi có cảm giác mình như là vị anh hùng trong truyện cổ tích của con.

Để tạo nên bức tranh đó, con đã nhặt từng cánh hoa tường vi màu tím, lá cây màu xanh và chùm cỏ lau trong công viên thực vật cảnh. Sau đó, con dùng keo sữa dán chúng lên tờ giấy A4. Và khi hoàn thành, cô giáo ép thành khung ảnh cho con làm kỉ niệm. Nhìn ánh mắt to tròn và tinh khôi của con khi cầm bức tranh trên tay mà tôi cảm thấy hạnh phúc vô cùng.

Buổi tối thường là khoảng thời gian thú vị nhất. Vì tôi và các con hay trò chuyện cùng nhau, kể lại những điều xảy ra trong suốt một ngày đi học, hoặc tôi cũng hay chia sẻ cho các con những bài học thú vị trong cuộc sống.

Trước khi đi ngủ là tiết mục đọc truyện cho cô con gái. Thói quen này bắt nguồn từ một lần tôi cho con nghe một câu chuyện bằng audio để con ngủ. Sau khi nghe xong, con lại đòi nghe lại. Vừa nghe con vừa cười toe toét, cho đến khi nghe lần thứ ba thì con chìm vào giấc ngủ lúc nào không hay.

Đặc biệt, các con rất háo hức ngày cuối tuần, vì sẽ được đi trải nghiệm những điều mình thích: chơi nhà sách, đi bơi, tô tượng hay ăn uống một món mới lạ nào đó...

Nếu như trước đây, tôi luôn ru rú một chỗ như con thú bị thương nằm trong hang gặm nhấm mối thù đời, chẳng muốn giao lưu hay làm gì cả... thì thời gian này, tôi liên tục tham gia hoạt động tình nguyện ở VITA Toastmasters để mở rộng các mối quan hệ. Đó là một câu lạc bộ trực thuộc Toastmasters International, với vai trò phó chủ tịch đào tạo, giúp lên kế hoạch rèn luyện kỹ năng giao tiếp và lãnh đạo cho các thành viên.

Bạn thấy đấy, sau cuộc hôn nhân kết thúc, dù có những khó khăn ban đầu, nhưng tôi đã vượt qua và cảm thấy hạnh phúc, thoải mái với cuộc sống hiện tại. Dù phía trước có thể còn nhiều gian nan, nhưng trong tôi tin rằng mọi thứ dần trở nên tốt hơn với tôi, khởi đầu cho một chặng đường mới với ánh sáng của hy vọng.

Bên cạnh đó, tôi cũng phát hiện ra một điều khiến mình cảm thấy rất thú vị.

Hồi ấy, một cô bạn đồng nghiệp chia sẻ rằng vì buồn chuyện gia đình mà cô ấy muốn rời xa mẹ mình để tới một nơi khác sinh sống, chứ cứ mãi như vậy thì cô thà chết còn hơn.

Sau đó, tôi đã dành cho cô một buổi trò chuyện, mà trong đó tôi đã đặt một câu hỏi đơn giản, "Em thử nghĩ xem, mẹ đã dành cả thanh xuân để lo cho mình. Vậy nếu mình bỏ đi lúc này chỉ để thỏa mãn cảm xúc bản thân, thì mẹ sẽ cảm thấy thế nào?"

Dù cô không nói gì, nhưng tôi cảm nhận được tia hy vọng loé lên trong mắt cô ấy. Từ ấy, tôi không thấy cô bạn kể về chuyện này nữa.

Bẵng đi một thời gian, trong một dịp liên hoan công ty, cô ấy đã hớn hở nói với tôi. "Anh à, em mới tìm được một công việc mới ở Sài Gòn và sẽ chuyển nhà cùng mẹ vào đó sống."

Cô cũng tỉ tê rằng, cuộc trò chuyện hôm đó đã giúp cô nhận ra được ý nghĩa cuộc sống mà thay đổi. Cô sống tích cực hơn, kiên trì nỗ lực không ngừng, và đã đạt được kết quả khác biệt như hiện tại.

Khi viết những dòng này, tôi đã không thể ngờ, kể từ trải nghiệm đau đớn hơn 2 năm trước, tôi như là một người với vết thương chí mạng, tưởng chừng hoàn toàn tuyệt vọng và không thể hồi phục. Nhưng giờ đây, tôi đã không chỉ sống bình an, vui vẻ, mà còn giúp đồng nghiệp vượt qua những khó khăn tưởng như đã hạ gục tinh thần mình.

Bạn có tò mò chuyện gì xảy ra, hay điều gì đã thay đổi tôi không?

Đó là một phần lý do tôi viết cuốn sách này.

Tôi phải thừa nhận rằng khi nghe cô bạn đồng nghiệp báo tin vui, tôi thấy rất sung sướng và tự hào, như thể đó cũng là chiến thắng của mình. Bạn thử nghĩ xem, một người đang trong cơn tuyệt vọng, mất niềm tin vào cuộc sống, từng muốn xa rời người thân, từng nghĩ đến cái chết thì chẳng có điều gì ý nghĩa nữa?

Vậy mà nhờ những gợi ý đơn giản của tôi, họ đã trở nên tích cực hơn, lạc quan hơn, và quan trọng là tìm được mục đích sống. Đó chẳng phải một sự lột xác ngoạn mục hay sao?

Cuốn sách này dành cho ai?

Kỷ niệm trên chính là khởi nguồn cho ý tưởng về một cuốn sách, giúp nhiều người vượt qua những cảm xúc khó khăn tương tự như tôi trước đây, cũng như bạn đồng nghiệp ấy. Tôi hy vọng những ý tưởng trong sách sẽ giúp bạn tránh được những sai lầm tôi từng mắc, để dù cuộc sống có áp lực, bạn vẫn bình an thưởng thức những giây phút quý giá bên cạnh những người thân yêu.

Đặc biệt, nếu bạn sắp bước vào hôn nhân mà biết được những điều mà tôi ước hồi đó mình biết trong cuốn sách này, bạn sẽ có cái nhìn thông suốt hơn, giúp bạn ra quyết định đúng đắn hơn. Nếu bạn đã bước vào cuộc sống hôn nhân, thì xin chúc mừng bạn. Vì những bí quyết trong cuốn sách này sẽ giúp bạn biết nên và không nên làm gì để hôn nhân bền vững.

Thậm chí, nếu cuộc hôn nhân của bạn đang trên bờ vực sụp đổ, cũng đừng lo, ít nhất thì bạn vẫn chưa rơi xuống vực, và tôi tin chắc rằng những kiến thức trong cuốn sách này sẽ giúp bạn từng bước tháo gỡ các nút thắt và vực dậy niềm hi vọng trong mình.

Và kể cả trong trường hợp bạn đã rơi xuống đáy vực như tôi, thì những gợi ý trong sách cũng sẽ giúp bạn chữa lành vết thương nhanh chóng và có thể bắt đầu leo trở lại dễ dàng hơn.

Cuốn sách sẽ giúp bạn thế nào?

Bí quyết 1: Giúp bạn nhận ra sai lầm lớn nhất mà hầu hết mọi người đều mắc phải, khiến cuộc hôn nhân dần đi vào ngõ cụt. Đồng thời loại bỏ những yếu tố làm hôn nhân tan vỡ ngay khi mới bén rễ.

Bí quyết 2: Đây là một nguyên tắc để giúp bạn duy trì hôn nhân bền vững, mà nhiều người sẽ ước nếu mình biết từ trước thì mọi chuyện sẽ khác, và họ đã có thể khôi phục hôn nhân hạnh phúc một cách dễ dàng hơn.

Bí quyết 3: Điều gì xảy ra nếu những nỗ lực của bạn đem lại kết quả không như mong đợi? Bí quyết này sẽ giúp bạn trở nên bình thản hơn và luôn luôn biết mình cần phải làm gì tiếp theo.

Tôi luôn tin rằng gia đình là nền tảng quan trọng của hạnh phúc. Gia đình có bình an, bạn mới viên mãn, sung túc. Với cuốn sách này, 8 năm trải nghiệm trong hôn nhân, và hơn 2 năm học hỏi, thực hành các phương pháp chữa lành của tôi, sẽ trở thành viên gạch vững chắc, giúp bạn tìm lại hạnh phúc thực sự của mình.

Lưu ý khi đọc sách

Hãy hình dung mỗi chương sách giống như một cuộc trò chuyện giữa chúng ta, ở một công viên bình yên, dưới tán cây xanh mát, hòa với tiếng chim hót líu lo.

Qua đó, bạn sẽ từng bước hiểu được từ nguyên nhân sâu xa cho tới các nguyên tắc cụ thể để cân bằng phương trình hôn nhân, được sắp xếp theo trình tự để giúp bạn áp dụng dễ dàng.

Vì thế, sau chương này, bạn hãy đơn giản là đọc từ đầu tới cuối để cho mình tận hưởng những giây phút thú vị trong cuộc trò chuyện này.

Bây giờ, còn chờ gì nữa, hãy cùng lật trang để khám phá một bí quyết sẽ giúp bạn tránh được sai lầm lớn nhất mà tôi cũng như rất nhiều người từng mắc phải, và tự đưa mình vào những tình huống trớ trêu trong hôn nhân.

BÍ QUYẾT #1
THẦN CHÚ 10 GIÂY

1+1=1

Cùng làm một thí nghiệm nhỏ với tôi nhé. Bạn hãy tìm cho mình một chỗ yên tĩnh, hít một hơi thật sâu, và...

1) Thử nhớ lại về một kỉ niệm hồi bé mà bạn ấn tượng...

2) Hồi đó, bạn có những suy nghĩ ngây thơ như thế nào?

3) Hiện tại, bạn đã suy nghĩ khác đi ra sao?

Bạn có cảm thấy kinh ngạc và tự hỏi tại sao hồi ấy mình lại có suy nghĩ khác bây giờ vậy không?

Tôi còn nhớ ngày còn học tiểu học, tôi rất tự hào về việc mình có thể bắt nạt được mấy đứa còi cọc trong lớp. Điều đó làm tôi thấy hãnh diện vì sẽ được các bạn tung hô và không ai dám làm tôi phật ý. Bây giờ, mỗi dịp họp lớp gặp lại nhau, các bạn vẫn nhắc lại những kỷ niệm đó làm tôi thực sự áy náy, dù biết rằng đó chỉ là những kỷ niệm tuổi học trò.

Bạn thấy đấy, vẫn là một con người, nhưng ở hai độ tuổi khác nhau đã có sự thay đổi về suy nghĩ, huống chi là hai cá thể khác nhau, trải qua một khoảng thời gian dài. Bạn nhận ra điều tôi muốn nói ở đây chứ?

Hãy hình dung, bạn đang dạy con mình làm toán, và nó cứ nhất quyết "1+1 = 1", bạn sẽ cảm thấy sao?

Lẽ tự nhiên, khi một ai đó có quan điểm khác với bạn, thậm chí còn sai lè lè ra, bạn sẽ cảm thấy khó chịu. Đó là điều bình thường. Nhưng đôi khi, nếu chúng ta biết chấp nhận, và lắng nghe, thì biết đâu mọi thứ sẽ khác?

Lúc đó, bạn có thể hỏi, "Tại sao con nghĩ một cộng một lại bằng một?"

Cậu bé mắt sáng rực và hớn hở nói: "Con muốn 1 bố + 1 mẹ = 1 gia đình hạnh phúc. Chứ không phải 1 bố + 1 mẹ, và giờ con có tới 2 nơi phải đi nếu muốn gặp hai người."

Wow, một ý tưởng thật ngộ nghĩnh và không kém phần sâu sắc phải không?

Sức mạnh của tôn trọng sự khác biệt rất tuyệt vời, chỉ tiếc là tôi đã không làm được điều đó hồi ấy, và đã để vuột khỏi tay niềm hạnh phúc bao nhiêu năm dày công gây dựng.

Nếu có mặt cùng tôi trong căn phòng vào tối hôm đấy, bạn sẽ cảm nhận rõ điều này.

"Em thấy tốt nhất là hai vợ chồng nên xin phép bố mẹ ra ở riêng." Vợ tôi nói, và nhìn tôi với ánh mắt đầy quả quyết.

"Nhưng mình chưa có đủ tài chính để mua nhà?" Tôi hỏi.

Vợ tôi đáp tưng tửng. "Thế thì thuê nhà."

Tôi phân trần, "Hai con còn nhỏ, các con cần người đưa đón và chăm sóc khi mình đi làm, em nghĩ ai sẽ làm việc đó?"

"Lúc đó sẽ có cách, anh không phải lo..."

Tôi cao giọng, "Không lo thì đến khi đó lại ôm nhau mà khóc hả?"

Vợ tôi lúc này mặt đỏ phừng phừng. "Thôi anh im đi, đừng nói gì nữa!"

Thế đấy, chỉ vì tôi đã không tôn trọng sự khác biệt, mà cuối cùng cuộc trò chuyện giữa hai vợ chồng đã trở thành cuộc cãi vã.

Ngược lại, nếu hồi ấy thay vì đưa ra những rào cản và chất vấn ý tưởng của cô ấy, tôi điềm tĩnh hỏi lại, "Em nghĩ làm như vậy thì sẽ ổn hơn ở chỗ nào, và có thể có những khó khăn gì?"

Như thế, cuộc trò chuyện đã có thể đi theo một hướng khác, và chúng tôi đã có thể tìm thấy một tiếng nói chung nào đó. Thông qua việc cùng nhau phân tích những khó khăn có thể xảy ra, và tự nhiên mối liên hệ giữa chúng tôi lại càng trở nên gắn kết hơn.

Đó cũng chỉ là một trong rất nhiều tình huống bạn sẽ gặp sau hôn nhân. Ít có cuộc hôn nhân nào trải qua một cách êm đềm mà không có xung đột. Bởi vì bạn và nửa kia của mình là hai cá thể riêng biệt, mang trong mình những màu sắc khác nhau. Nhưng nếu bạn luôn tôn trọng sự khác biệt đó, thì bạn không chỉ có một cuộc hôn nhân hạnh phúc mà còn bền vững qua thời gian.

Tôi có quen một cậu thợ sửa xe, nhà có hai anh em sinh đôi. Nếu cùng tôi ghé cửa hàng của cậu ấy, thì chắc chắn bạn sẽ không thể phân biệt được hai anh em. Đơn giản vì khuôn mặt họ giống nhau như đúc.

Vậy mà, tính cách của hai anh em thì rất khác nhau. Cậu anh thì hay nói, pha trò dí dỏm, liến thoắng không ngừng. Trong khi cậu em thì trầm tính, chỉ thỉnh thoảng trò chuyện và cười phụ hoạ.

Bạn thấy không, đến hai người sinh đôi mà còn không thể giống nhau hoàn toàn thì làm sao lại đòi hỏi hai người khác nhau mà suy nghĩ giống nhau được chứ?

Việc so sánh người bạn đời của mình với ai đó nói riêng, cũng như so sánh mọi người với nhau nói chung sẽ vừa thể hiện sự không tôn trọng họ, vừa làm mất đi cảm xúc tích cực trong bạn với họ, là mầm mống của những quả đắng sau này.

Thay vì rải những hạt đắng, hãy gieo hạt mầm ngọt ngào. Việc chỉ ra sai lầm của người khác thật sự không đòi hỏi khả năng đặc biệt, trong khi việc tìm ra những đặc điểm tích cực từ họ mới thực sự đáng quan tâm.

"Mỗi cuộc hôn nhân giống như một bức tranh, có nét thanh nét đậm, có màu nóng màu nhạt. Nếu nhấn nhá đúng chỗ thì nó sẽ rất hấp dẫn, sinh động."

~ Trần Nho Chung

Khi tình yêu phai màu

Tôi còn nhớ câu chuyện của một cậu em đồng nghiệp cùng cơ quan cũ. Hai vợ chồng cách nhau tới 10 tuổi.

Hồi mới cưới, mỗi lần có dịp nghỉ lễ dài ngày là cậu ấy muốn về quê thăm bố mẹ, trong khi vợ thì muốn ở lại nghỉ ngơi hoặc hai vợ chồng đi du lịch. Vấn đề đó khiến cậu cảm thấy căng thẳng, và kỳ nghỉ nào hai vợ chồng cũng tranh cãi rất mệt mỏi.

Rồi khi có con, vợ cậu ấy nghỉ làm để ở nhà chăm sóc bé. Đặc thù công việc khiến cậu ấy phải đi công tác nhiều, thời gian cũng thay đổi nên hầu như không thể phụ giúp vợ. Một người chỉ quanh quẩn ở nhà, còn một người xa nhà thường xuyên, đi sớm về khuya. Tính chất công việc khác nhau, không có sự thấu hiểu, nên hai vợ chồng rất hay xảy ra cãi vã, rồi khi thêm bé thứ hai thì mọi chuyện lại càng trở nên rối rắm, như chiếc dây đàn bị kéo căng tới mức sắp đứt...

Những cuộc trò chuyện của hai vợ chồng thưa dần. Cậu ấy than thở, "Bọn em khác nhau nhiều quá, không hoà hợp với nhau nên không khí gia đình luôn ngột ngạt."

Thật ra, tôi thấy vấn đề ở đây không phải là hai người khác nhau, vì trên đời này đâu có ai giống ai hoàn toàn?

Tôi nghĩ vấn đề ở đây đó là khả năng tôn trọng sự khác biệt đã bị mất dần theo thời gian.

Trước hôn nhân, hai người có thể có những điểm khác nhau, nhưng tình yêu đã giúp họ vượt qua và có sự tôn trọng nhất định. Theo thời gian, tình yêu phai mờ dần và những điểm khác biệt hiển lộ rõ ràng hơn, thì khả năng tôn trọng sự khác biệt lại càng quan trọng hơn.

Một trường hợp khác, đó là anh bạn thân từ thời tiểu học của tôi.

Hai vợ chồng mỗi người một công việc khác nhau. Vợ làm gần nhà. Còn chồng làm xa nhà, nhiều đợt anh ấy đi tập huấn kéo dài hàng năm trời. Hai vợ chồng tự thoả thuận việc chăm sóc các con sẽ do vợ đảm nhiệm. Mỗi dịp nghỉ phép về thăm gia đình, anh ấy đều dành thời gian đưa vợ con đi chơi. Không màu mè hay cầu kỳ nhưng cũng lãng mạn chẳng khác nào "tuần trăng mật" của các cặp đôi mới cưới.

Có lần anh ấy tâm sự với tôi: "Tớ chưa chắc có gia đình êm ấm như bây giờ, nếu vợ không thấu hiểu và chia sẻ công việc nhà. Bản thân tớ thấy may mắn và biết ơn vợ rất nhiều..."

Nhìn ánh mắt đầy tự hào và khuôn mặt rạng rỡ, tôi biết anh ấy đang thực sự hạnh phúc.

Mỗi độ tuổi sẽ có những suy nghĩ và trải nghiệm không giống nhau, từ đó dẫn đến các nhu cầu cũng khác nhau.

Tình huống của cậu em đồng nghiệp cũ ở trên là sự khác nhau về tư duy và trách nhiệm gia đình.

Bạn thử nghĩ xem, một cô gái vừa ra trường và bước ngay vào cuộc sống hôn nhân trong khi kiến thức sau hôn nhân, về trách nhiệm gia đình hầu như không có. Thế nhưng, chồng lại không thấu hiểu, không chia sẻ những thiếu sót, lo lắng đó, nên cuộc hôn nhân của họ như một con thuyền nhỏ lạc lõng giữa đại dương bao la, càng chèo càng mệt mỏi, kiệt quệ.

Trái lại, ở trường hợp anh bạn thân của tôi, tuy hai vợ chồng không có điều kiện gần nhau để cùng chăm sóc gia đình, nhưng tự mỗi người biết san sẻ gánh nặng công việc của nhau, bù đắp những vất vả cho nhau. Họ tâm niệm rằng "Biết chia sẻ, gia đình vui vẻ" nên hôn nhân luôn đầm ấm, hạnh phúc.

Dưới góc độ khoa học

Đã có những nghiên cứu thực tế cho thấy tầm quan trọng của việc tôn trọng nhau giữa các cặp đôi với hạnh phúc trong hôn nhân.

Trong đó có một nghiên cứu tôi rất ấn tượng, đến từ nhà tâm lý học hôn nhân nổi tiếng người Mỹ, Tiến sĩ Gottman, một trong 10 chuyên gia trị liệu có ảnh hưởng nhất trong một phần tư thế kỷ qua do Psychotherapy Networker bình chọn. Ông là tác giả và đồng tác giả của hơn 200 bài báo học thuật đã xuất bản, hơn 40 cuốn sách, trong đó có cuốn sách bán chạy nhất "7 bí quyết giúp hôn nhân hạnh phúc."[1]

Tiến sĩ John Gottman đã miệt mài thực hiện các nghiên cứu khoa học với hàng nghìn cặp vợ chồng trong 40 năm qua để

---

[1] https://www.gottman.com/about/john-julie-gottman/

tìm ra bí quyết của các cuộc hôn nhân hạnh phúc.[2]

Năm 1990, Gottman đã tiến hành sửa chữa lại "Phòng thí nghiệm tình yêu" (được xây dựng lần đầu vào năm 1986 tại Đại học Washington) như một khu du lịch và mời 130 cặp đôi trải nghiệm nghỉ dưỡng tại đó trong một ngày.

Gottman quan sát cử chỉ, hành động của các cặp vợ chồng trong khi nghỉ dưỡng cùng nhau. Thông qua sự giám sát của các thiết bị điện tử, ông đã theo dõi chỉ số nhịp tim, sự tuần hoàn máu, lượng mồ hôi tiết ra, từ đó đánh giá chính xác mức độ quan tâm và tôn trọng nhau của các cặp vợ chồng.

Chẳng hạn, khi cùng nhau đi dạo và nhìn thấy những bông hoa đẹp, người vợ sẽ nói "Chúng ta cùng chụp một bức ảnh nhé!" Người chồng có thể mỉm cười, gật đầu

---

[2] https://www.gottman.com/about/research/

hưởng ứng hoặc cau mày, tỏ ra miễn cưỡng...

Gottman đã quan sát tỉ mỉ như thế đấy. Và kết quả thí nghiệm cho thấy: Những cặp đôi đã ly hôn có tỷ lệ ủng hộ, tôn trọng bạn đời của mình là 33%, trong khi con số đó ở các cặp đôi vẫn đang hạnh phúc là 87%.

Thông qua đó, Gottman kết luận: tỉ lệ ủng hộ lẫn nhau của vợ chồng là một yếu tố quan trọng để duy trì hạnh phúc hôn nhân.

Cụ thể hơn, tỉ lệ ủng hộ là tỉ lệ giữa số lần đối tác đáp ứng tích cực với những yêu cầu, mong muốn hoặc cảm xúc của người kia và số lần đáp ứng tiêu cực hoặc thờ ơ.

Ví dụ về đáp ứng tích cực có thể là những hành động như:

-    Gật đầu,
-    Mỉm cười,

- Ôm,
- Khuyến khích,
- Đồng cảm,
- Chia sẻ...

Ví dụ về đáp ứng tiêu cực có thể là những hành động như:

- Chỉ trích,
- Khinh thường,
- Phòng thủ,
- Thờ ơ...

Gottman khuyên rằng tỉ lệ ủng hộ nên ít nhất là 5:1, tức là có ít nhất năm lần đáp ứng tích cực cho mỗi lần đáp ứng tiêu cực. Ông cho rằng tỉ lệ ủng hộ cao sẽ tạo ra một không khí tích cực trong quan hệ, giúp các cặp vợ chồng cảm thấy được yêu thương, quan tâm và tôn trọng. Ngược lại, tỉ lệ ủng hộ thấp sẽ tạo ra một không khí tiêu cực, khiến các cặp vợ chồng cảm thấy bị bỏ rơi, bất mãn và căng thẳng.

Sau 5 năm nghiên cứu, Gottman khẳng định rằng: tỉ lệ ủng hộ là một trong những dự báo chính xác nhất về sự bền vững và hạnh phúc của hôn nhân.

Một lần nữa, bạn được kiểm chứng sự thật về sai lầm tai hại giết chết hạnh phúc hôn nhân: đó là không tôn trọng sự khác biệt của nhau.

Tin buồn với bạn, sai lầm này là một "bệnh nan y" mà rất nhiều người đang mắc. Tuy nhiên, tôi có một tin vui cho bạn, đó là bạn có thể chế ngự được sai lầm này để không bị rơi vào "cơn bão cảm xúc" do sự khác biệt tạo ra. Hãy cùng tôi khám phá bí quyết dưới đây nhé!

Thực hành khám phá sự khác biệt

Bạn hãy chuẩn bị 1 cây bút, 1 tờ giấy và cùng tôi làm bài thực hành này nhé:

Liệt kê những điểm khác biệt trong tính cách của hai vợ chồng bạn.

Dưới đây là trải nghiệm thực tế của tôi:

Điểm khác biệt	Vợ	Chồng
Suy nghĩ	Vợ không chín chắn, không suy xét kỹ lưỡng trước mọi việc.	Chồng cẩn trọng, cân nhắc trước sau mọi khả năng xảy ra.
Cư xử, giao tiếp	Vợ bỗ bã trong cách ăn nói, ứng xử với mọi người.	Chồng coi trọng, chỉn chu cách cư xử, ăn nói.
Thói quen ngày cuối tuần	Thích ngủ nướng.	Dậy sớm dọn dẹp đồ đạc.

Bạn có thấy hai vợ chồng tôi khác nhau không?

Còn bạn thì sao?

Hãy viết xuống để thấy được sự khác biệt và tôi sẽ bật mí cho bạn một bí quyết thú vị, sẽ giúp bạn cảm thấy rất thoải mái, như trút được gánh nặng bao lâu nay vậy.

Điểm khác biệt	Vợ	Chồng

Sau khi làm bài thực hành này xong, bạn hãy hít thở 10 giây, và tự hỏi bản thân:

- Việc bạn tiếp tục than thở hay chê bai những sự khác biệt này, có lợi ích gì?

- Chúng có làm bạn đẹp lên, giàu có lên, hạnh phúc lên chút nào không?

- Chúng có thực sự làm bạn đời của bạn thay đổi không, hay chỉ làm tình hình tệ hơn?

Nếu câu trả lời là không, bạn biết mình cần làm gì rồi. Chúng ta cần thay đổi chiến thuật. Trước khi tới với các chiến thuật cụ thể hơn, bạn hãy luôn ghi nhớ "Thần chú 10 giây" sau đây nhé.

Thần chú 10 giây

Theo các nhà khoa học, hít thở sâu sẽ giúp nhịp tim dần ổn định, huyết áp giảm và cơ bắp được thả lỏng. Điều này giúp ổn định các dây thần kinh cảm xúc, giúp bạn dễ dàng bình tĩnh trở lại.[3] Từ đó, bạn sẽ đưa ra các quyết định đúng đắn mà không bị cảm xúc chi phối.

Mặt khác, bạn cũng cảm thấy bớt căng thẳng lo âu, trở nên năng động, hạnh phúc hơn và thậm chí kéo dài tuổi thọ. Những mối quan hệ tốt cũng nên được gìn giữ bằng cách áp dụng bí quyết này.

Mỗi khi rơi vào các tình huống xung đột, hoặc chuẩn bị than thở hay chê bai điều gì đó ở người bạn đời, hãy dừng lại, hít thở sâu vài nhịp và thầm nói 10 giây câu thần chú:

---

[3] https://www.scientificamerican.com/article/proper-breathing-brings-better-health/

Khác biệt là hiển nhiên, quan trọng là tôn trọng.

Mục đích của kỹ thuật này là hướng sự chú ý của bạn về trái tim, nơi bình an luôn ngự trị.

Còn về câu thần chú, nó giống như là chiếc mỏ neo, giúp cho con thuyền tâm trí của bạn không bị cơn bão cảm xúc cuốn trôi.

Một lưu ý là trong những lần đầu, bạn có thể chưa quen và chưa thấy tác dụng ngay, nhưng không sao, hãy làm nhiều lần như vậy và bạn sẽ ngạc nhiên về kết quả thu được.

Mẹo nhỏ: Để tăng hiệu quả, thì trước khi đọc thần chú, bạn nên thay đổi trạng thái cơ thể như đi uống 1 ly nước, sau đó thả lỏng hoàn toàn cơ thể... cho thoải mái trước, rồi mới đọc thần chú.

Tóm lại, khi kết hôn và sống chung dưới một mái nhà, những khác biệt giữa hai người sẽ thể hiện qua cách giao tiếp, cư xử trong cuộc sống hàng ngày. Và sai lầm lớn nhất của mọi người, tạo mầm mống đổ vỡ hôn nhân đó chính là không tôn trọng những sự khác biệt ấy, dù là nhỏ nhất.

Bí quyết đầu tiên để phương trình hôn nhân bền vững là bạn hãy tôn trọng những khác biệt đó:

- Tuổi tác,

- Hoàn cảnh gia đình,

- Học vấn,

- Nghề nghiệp,

- Hay bất cứ thứ gì bạn cảm thấy hai người có sự không giống nhau.

Hãy coi những khác biệt của người bạn đời là một bài kiểm tra "nâng hạng" mà mình cần đạt được, cần chinh phục chứ không phải để đối đầu. Làm như vậy, bạn đang gieo hạt cho những trái ngọt cảm xúc của cuộc hôn nhân sau này.

Vậy làm sao để tìm đất tốt và gieo những hạt mầm hạnh phúc này? Hãy cùng tôi khám phá ở bí quyết số 2 bạn nhé!

BÍ QUYẾT #2
NGUYÊN TẮC TẤM GƯƠNG PHẲNG

Đom đóm điện tử

Đã bao giờ bạn cố gắng thay đổi người khác chưa?

Tôi còn nhớ một kỷ niệm về vợ cũ của mình. Mỗi khi đi ngủ, cô ấy có thói quen nằm trên giường và lướt điện thoại. Có những hôm đến hàng tiếng đồng hồ mà mãi chưa chịu đi ngủ. Ánh sáng xanh lập loè như đom đóm phát ra từ chiếc điện thoại của vợ làm tôi không thể ngủ được.

Một lần nọ, khi không thể nén sự bức xúc thêm được nữa, tôi đã nói, "Anh rất khó chịu với thói quen xem điện thoại vô bổ của em đấy..."

Cô ấy mắt vẫn dán vào điện thoại, giọng đáp tỉnh bơ, "Nó không liên quan gì đến anh, sao mà khó chịu?"

"Anh không ngủ được," tôi gắt gỏng. "Mai còn phải dậy đi làm sớm."

"Anh lắm chuyện thật, ích kỷ!"

"Tốt nhất em ra chỗ khác mà xem, đừng để anh bực mình!"

Thế đấy, tôi đã nhiều lần bảo cô ấy phải thay đổi thói quen không tốt này, vì nó vừa lãng phí thời gian, lại có hại cho sức khoẻ. Tôi muốn cô ấy để điện thoại cách xa giường ngủ. Tôi dẫn chứng ra một loạt các nguy cơ tác hại khi dùng điện thoại quá lâu hay để điện thoại gần người khi ngủ: giảm thị lực, chất lượng giấc ngủ kém, thậm chí... phát nổ, hay về lâu dài có thể gây ung thư do ảnh hưởng bức xạ.

Tuy nhiên, giáo án thuyết phục đó và mọi nỗ lực chẳng mảy may đem lại thay đổi nào.

Đó là còn chưa kể con trai tôi nữa, tôi muốn luyện cho con thói quen đi ngủ lúc 10h30 tối để giữ sức khoẻ. Để đảm bảo cậu bé chắc chắn thực hiện, tôi còn in màu bản khung giờ thải độc của cơ thể và dán ở phòng ngủ của con. Vậy mà, hầu như hôm nào cậu ta cũng ngủ sau 10h30. Có hôm thì đọc truyện, hôm thì chơi đồ chơi...

Nói chung là tôi đã thử đủ mọi cách với hai con người ấy và cảm thấy bất lực... Nhưng một sự kiện thú vị đã khiến tôi nhận ra một bí mật để thay đổi người khác, nó vô cùng đơn giản nhưng rất tuyệt vời mà đôi khi chúng ta bỏ qua.

Cậu con trai diệu kỳ

Một tối nọ, tôi rệu rã trở về nhà sau một ngày làm việc căng thẳng với đôi mắt thâm quầng và khuôn mặt nhợt nhạt. Tôi cảm thấy mệt mỏi và muốn đi ngủ sớm.

Trước khi đi ngủ, tôi nói với con, "Nếu con thường xuyên đi ngủ muộn thì sẽ không tốt cho sức khoẻ, rất dễ bị ốm như bố đây này."

Nếu chứng kiến hành động của cậu bé khi đó, bạn sẽ phải ngạc nhiên đấy.

Sau khi nghe tôi nói, cậu bé tự giác đi đánh răng và leo lên giường ngủ ngay lập tức mà tôi không phải thực hiện thêm bất cứ một bài thuyết trình nào về tác hại của thức khuya nữa.

Điều đó khiến tôi nhận ra nguyên nhân chính khiến cậu bé không đi ngủ sớm chính là do thói quen của tôi. Thường thì tôi hay thức khuya và đi ngủ sau 11h đêm, thậm chí có hôm còn muộn hơn.

Lúc ấy, tôi chợt nhớ ra con mình ngày xưa cũng hay nói. "Con đợi bố đi ngủ rồi mới ngủ!"

Những lúc đấy vì quá tập trung đến việc thay đổi người khác, thay đổi hành vi của con, nên tôi đã không để ý.

Giờ ngẫm lại, tôi thấy thật nực cười. Tôi ra sức khuyên bảo người khác đi ngủ sớm trong khi đó bản thân tôi lại thức khuya. Làm như vậy, thì những lời nói của tôi có đáng tin, có sức thuyết phục hay không?

Thế là, tôi lên kế hoạch sắp xếp lại công việc của tuần sau, đặt lịch để đi ngủ đúng 10h30 tối. Thật bất ngờ, tôi làm đến ngày thứ 3 thì con trai tôi tự giác đi ngủ cùng tôi mà không cần phải nhắc nhở hay thúc giục nữa.

Từ đó, tôi nhận ra kết quả mà chúng ta nhìn thấy trong cuộc sống giống như là hình ảnh phản chiếu của chính bản thân chúng ta vậy, tôi gọi đây là nguyên tắc tấm gương phẳng:

Để người khác thay đổi thì mình phải là người thay đổi trước tiên.

Nghe thật lạ, nhưng càng ngày tôi càng nhận ra dường như đây là một chân lý thú vị. Bạn càng trở thành một tấm gương của sự thay đổi, tấm gương đó càng sáng càng phẳng, bạn sẽ càng cảm thấy sự thay đổi tích cực và rõ ràng của những người xung quanh mình.

Điều này cũng làm tôi nhớ tới một bài tập mình từng thực hành trong quá trình chữa lành hôn nhân với vợ.

Người kia cũng vậy

Sau khi liệt kê ra những điểm khác biệt của vợ mà tôi không hài lòng. Tôi đã được hỏi hai câu đại ý là:

1) Tôi đã từng đòi hỏi người bạn đời thay đổi chưa?

Với câu hỏi này, tôi thấy bản thân mình đã nhiều lần yêu cầu vợ thay đổi.

Chẳng hạn, tôi cho rằng vợ không chín chắn, không suy xét kỹ lưỡng nên luôn yêu cầu vợ khi làm gì cũng phải nghĩ kỹ nếu làm như vậy thì kết quả sẽ thế nào, những người liên quan sẽ ảnh hưởng ra sao. Nếu chưa chắc chắn thì hỏi ý kiến chồng trước khi hành động...

2) Người bạn đời cũng đã từng đòi hỏi tôi thay đổi chưa?

Ở tình huống này, tôi thấy vợ tôi hay phàn nàn việc tôi hay xét nét cách ăn nói, cư xử của cô ấy, rằng tôi quá cầu toàn. Cô ấy có yêu cầu là tôi nên sống bao dung hơn và không nên quá cẩn thận.

Sau khi xem lại những câu trả lời của mình, tôi ngạc nhiên nhận ra rằng khi mình đòi hỏi, thì người khác cũng đòi hỏi; còn khi mình thay đổi tích cực, người khác cũng thay đổi tích cực.

Một lần nữa, tôi nhận thức sâu sắc hơn về nguyên tắc tấm gương phẳng này.

Mà bạn có thắc mắc là muốn người khác thay đổi thì chúng ta cần thay đổi những gì không? Hay làm sao để tấm gương của bạn trở nên sáng rõ hơn?

3 ý tưởng tôi thay đổi trước

Dưới đây là những điều mà ai cũng có thể thay đổi trước, và sớm muộn sẽ thấy được những kết quả đáng ngạc nhiên ở xung quanh mình.

Bạn hãy đọc và thử áp dụng vào cuộc sống của mình xem sao nhé?

Ý tưởng #1
Thay đổi cách giao tiếp phù hợp

Hồi còn làm ở công ty bưu chính cũ, tôi có quen hai anh chị đồng nghiệp là vợ chồng của nhau. Anh chồng làm lái xe, chị vợ làm thu ngân.

Vốn là dân lái xe nên anh chồng thường nói năng bỗ bã, trái ngược với sự mềm mỏng nhẹ nhàng của chị vợ. Hai cách giao tiếp hoàn toàn "lệch tông" nhau tưởng chừng khó mà hoà hợp, ấy vậy mà họ lại có cuộc sống gia đình luôn vui vẻ ngọt ngào. Hỏi ra mới biết, khi sống cùng nhau thì anh như trở thành một người khác hoàn toàn.

Mỗi khi bất đồng ý kiến, anh luôn chủ động rút lui trước khi "chiến tranh" nổ ra với câu nói quen thuộc, "Anh đang mất bình tĩnh, lúc khác mình vợ chồng mình nói chuyện sau nhé."

Sau đó, mọi chuyện trở lại bình thường.

Bạn thấy đấy, trong câu chuyện này thì anh chồng là người chủ động thay đổi cách giao tiếp của mình để trở về cùng "tần số" với vợ. Hai cách giao tiếp trái ngược nhau, nhưng biết cách điều chỉnh cho phù hợp thì gia đình luôn êm ấm, hạnh phúc, phải không bạn?

Một ví dụ khác trong gia đình tôi.

Bố tôi là người nóng tính, hay muốn người khác nghe theo quan điểm của mình, nên ý kiến của mọi người thường không được chú trọng. Thế nên lâu dần thành thói quen, mọi người trong gia đình cũng không hay đưa ra ý kiến, quan điểm riêng. Nhưng tôi để ý, từ khi tôi thay đổi cách giao tiếp, chủ động đưa ra ý kiến, quan điểm của mình trong các cuộc trò chuyện thì mọi thứ đã khác đi nhiều.

Có một lần như thế này:

Đó là dịp sắp tới một ngày giỗ quan trọng của gia đình, mỗi năm nhà tôi có khoảng 5 dịp giỗ như vậy, theo truyền thống thì ngày đó sẽ làm mâm cúng và mời khách dùng cơm. Tôi nhẩm tính như mọi lần thì cũng phải đến 5, 6 mâm.

Bất tiện ở chỗ là tất cả đều phải tự chuẩn bị và mẹ tôi là người vất vả nhất. Tôi có đưa ra ý kiến với bố tôi là giảm bớt lượng khách mời, vì còn có nhiều những ngày giỗ tương tự như vậy và quan trọng là giảm bớt sự vất vả cho mẹ tôi và các em. Lạ thay là bố tôi chấp nhận ý kiến của tôi và thay đổi cách làm từ lần đó. Có lẽ là bố tôi luôn yêu quý mẹ, nhưng đã không để ý điều đó, nên khi tôi chủ động nói ra, ông đã xuôi theo. Lần đó tôi và cả nhà đều bất ngờ, sau ấy buổi giỗ đã diễn ra suôn sẻ...

Bạn hãy thử để ý xem trong gia đình của mình mọi người đang có những cách giao tiếp như thế nào, và lần tới khi nói chuyện với họ, bạn hãy thử tìm một cách giao tiếp phù hợp xem sao?

Ý tưởng #2
Chủ động tâm sự

Đã bao giờ bạn nghĩ tới việc mình sẽ tâm sự với chính người đang có mâu thuẫn với mình chưa?

Nhớ lại, có một lần tôi và vợ cãi vã về chuyện vợ tôi hay đi làm về muộn, và đỉnh điểm của cuộc cãi vã là câu nói của tôi "Làm nhiều vậy thì tiền mang đi đâu hết?"

Vì quá tức giận nên vợ đã ngay lập tức ném điện thoại của tôi vào tường.

Thực sự lúc đó tay chân tôi ngứa ngáy vô cùng, rồi đầu tôi như muốn phát nổ. Tôi không kiềm chế được cảm xúc, và ngay lập tức vớ lấy chiếc điện thoại Iphone của vợ, quăng mạnh xuống sàn.

Sau đó, tôi nhận ra rằng xét về mặt cảm xúc, vợ có thể mạnh mẽ hơn, nhưng còn về cơ tay và lực ném, tôi lại vượt trội hơn cả. Điện thoại vợ tôi bật không lên, và tôi phải là người đem đi sửa.

Tôi vẫn nhớ vẻ mặt thất thần của cậu thợ sửa điện thoại hôm đó. Cậu ta nói, "Ồ, sao cái điện thoại này lại hồn bay phách tán thế anh?"

"Anh hóa kiếp cho nó đấy!" Tôi lý giải.

Từ thất thần, vẻ mặt cậu ta chuyển sang kinh hãi với ánh mắt dò xét nhìn tôi, rồi lại nhìn cái điện thoại, như thể đó là "ca bệnh" nặng nhất từ trước tới nay, với nguyên nhân vẫn còn là dấu hỏi.

Lúc đó, tôi bỗng nhớ lại pha ngẫu hứng ngứa tay ngứa chân mấy hôm trước mà thấy bi hài quá. Đúng là tác động vật lý mạnh bao nhiêu thì sau đó tác động lên tim cũng mạnh bấy nhiêu. Tôi đau tim khi hình dung sắp phải trả một khoản tiền lớn để sửa cái điện thoại đó.

May quá bạn ạ, cuối cùng tôi đã không phải sửa nó. Cậu thợ đã thông báo "bệnh nhân điện thoại" mắc bệnh nan y không qua khỏi.●

Tôi nói mình may ở đây là chuyện khác cơ.

Sau vài ngày đấu tranh nội tâm trong thầm lặng, khi mà mọi việc đã dần nguôi ngoai, tôi chủ động nói chuyện với vợ. Và cả hai đều đồng ý nguyên tắc không được đập phá đồ khi cãi vã, sẽ không để sự việc tương tự như vậy xảy ra. Vì chúng tôi đều không muốn mỗi lần cãi nhau, thì cửa hàng điện thoại lại sung sướng vì bán được điện thoại mới.

Thật ra khi xảy ra mâu thuẫn, chúng ta luôn có xu hướng tránh né người đối diện, nhưng khi tâm đã bình ổn trở lại, mà tình cảm vẫn còn đậm sâu, nhu cầu lắng nghe sẽ lại dấy lên. Lúc đó hai người tâm sự với nhau, về vấn đề không chỉ được giải quyết trọn vẹn hơn và sự gắn kết giữa hai người có thể trở nên sâu đậm hơn.

Hãy chủ động đối diện với người đang mâu thuẫn với mình, và sau đó thỏa thuận những nguyên tắc chung tương tự như vậy vì lợi ích của cả hai? Hãy thử, và bạn sẽ thấy kết quả khác biệt.

Ý tưởng #3
Quan tâm gia đình cả hai bên

Nhà bác tôi có một cô con dâu, là vợ của anh con cả trong nhà. Mọi người đều rất quý chị ấy. Các công việc gia đình của bác tôi từ bên nội cho đến bên ngoại, từ chăm con cho tới rửa bát... chị ấy đều thực hiện trọn vẹn như thể cô Tấm tái sinh vậy.

Về khoản này thì bác tôi ưng lắm. Bác hãnh diện nói, "Nó được cái tâm tốt nên sống thật lòng, cũng không nề hà việc gì của gia đình hay họ hàng."

Không biết có phải luật hấp dẫn hay không, mà anh con cả nhà bác tôi cũng chiếm vị trí "trung tâm vũ trụ" bên nhà vợ.

Bố mẹ vợ anh có hai người con, vợ anh là chị cả và có một cậu em trai. Ấy vậy mà bất kể công việc gì bên nhà vợ, dù công việc rất bận nhưng anh đều sắp xếp có mặt đầy đủ. Lâu không về thăm ông bà ngoại là anh gọi điện hỏi thăm tình hình sức khoẻ.

Hai nhà nội ngoại dù ở xa nhau đến cả trăm cây số, nhưng trước mỗi dịp Tết anh đều cùng vợ con về thăm hỏi ông bà ngoại trước, sau mới về nhà nội. Dịp nghỉ hè, thỉnh thoảng anh cũng cho các con về chơi với ông bà ngoại.

Đây là một minh chứng thể hiện rằng khi đôi bên biết quan tâm, chăm sóc gia đình bên kia, thì cảm xúc đồng điệu trong tâm hồn sẽ tạo nên bức tường thành vững chắc gắn kết tình cảm hôn nhân.

Tôi luôn tâm niệm rằng: "Bạn cư xử với gia đình bên kia thế nào thì người bạn đời cũng sẽ thể hiện tình cảm tương tự với gia đình bạn như thế."

Vậy thì bạn đang thể hiện tình cảm với gia đình bên kia của người bạn đời mình như thế nào? Làm sao để bạn có thể làm được tốt hơn nữa?

Hãy suy nghĩ về câu trả lời nhé, có những thứ bạn càng làm từ sớm, thì sau này mọi thứ càng thuận lợi.

Hạnh phúc do mình tạo ra

Giai đoạn tôi và vợ sống ly thân, trong nỗ lực cứu vãn cuộc hôn nhân bên bờ vực đổ vỡ, tôi có tham gia một khoá học về hàn gắn hôn nhân. Chuyên gia tư vấn đã nói với tôi một điều mà tôi nhớ mãi, đó là:

Đôi khi những gì mình nghĩ không phải là những gì thực tế diễn ra. Thậm chí những gì nhìn thấy chưa chắc đã phải như thế.

Thoạt đầu, tôi chưa thực sự hiểu điều này nên cảm thấy rất mơ hồ. Sau đó, tôi ngẫm lại và thấy đúng thật.

Chẳng hạn, trước đây tôi nghĩ rằng vợ mình thật là vô trách nhiệm với các công việc gia đình. Nhưng khi đặt mình vào hoàn cảnh của vợ thì tôi nhận ra có thể do cô ấy không biết làm điều đó mà lại lo sợ tôi trách mắng (tôi tự nhận mình là người khó tính) nên không dám chia sẻ hoặc hỏi lại tôi. Ngoài ra, cũng có thể cô ấy không ý thức rằng điều đó là quan trọng nên cũng không để tâm đến nó như tôi.

Một tình huống khác là việc tôi cho rằng vợ bỏ bê, không quan tâm chăm sóc con cái. Tuy nhiên, khi "đổi vai" suy nghĩ sang vợ thì tôi chợt nhận ra một điều mà trước đó mình không nghĩ đến.

Cuộc sống hôn nhân với bao lo toan cơm áo gạo tiền, càng áp lực hơn khi có con nhỏ, rồi hai đứa. Tôi lại hay nhảy việc, và mỗi lần như vậy lại mất một khoảng thời gian hụt hẫng về thu nhập, gây áp lực chung cho cả gia đình.

Có thể vì vậy mà vợ tôi phải gồng mình với công việc, để cố gắng bù đắp lại các khoản chi tiêu cho gia đình nhỏ. Và như thế thì cô ấy có thể khó dành nhiều thời gian chuyên tâm cho chăm sóc con cái.

Vấn đề ở đây lại quay về với chính bản thân tôi.

Bạn thấy hai tình huống trên có đặc điểm chung là gì?

Tôi nhận ra nó phản ánh đúng như nguyên tắc Tấm gương phẳng của chúng ta.

Từ những trải nghiệm trên, tôi đã tự đúc rút ra một bài thực hành thú vị mà bạn có thể thử nghiệm với chính mình. Nó sẽ giúp bạn điều chỉnh cảm xúc của mình, luôn hướng suy nghĩ đến những điều tích cực và do đó hành động sẽ chính xác hơn, tránh những sai lầm đáng tiếc về sau.

Thực hành
Ba yếu tố mở cánh cửa tâm hồn

Chúng ta sẽ cùng nhau quan sát khách quan 3 yếu tố (cảm xúc, hành động, kết quả) trong mỗi tình huống mình gặp phải, và trong 2 giai đoạn thời gian là trước đây và sau đấy.

Hãy cùng tôi xem xét ví dụ sau đây:

Trước đây tôi rất hay quát mắng, đánh đòn con khi mắc lỗi.

Khi phân tích theo 3 yếu tố, thì:

+ **Cảm xúc** trong tôi là sự tức giận.

+ **Hành động** là la mắng, đánh đòn con.

+ **Kết quả** là con nhút nhát, thiếu tự tin khi gặp 1 vấn đề mới.

Còn sau đấy, khi nhận ra sai lầm của mình, tôi đã có sự thay đổi:

+ **Cảm xúc**: Thương con hơn vì đã bị bố áp đặt suy nghĩ "không được phép sai."

+ **Hành động**: Động viên con, cho con thấy bài học từ sai sót để cố gắng vào lần sau.

+ **Kết quả**: Con vui vẻ, tự tin thể hiện suy nghĩ của mình trước vấn đề mới.

Giờ hãy cùng tôi tổng kết lại.

Quát mắng, đánh đòn khi con mắc lỗi		
Ba yếu tố	**Trước đây**	**Sau đấy**
Cảm xúc	Tức giận	Thương con hơn vì đã bị bố áp đặt suy nghĩ "không được phép sai"
Hành động	La mắng, đánh đòn con	Động viên con, cho con thấy bài học từ sai sót để cố gắng vào lần sau
Kết quả	Con nhút nhát, thiếu tự tin khi gặp 1 vấn đề mới	Con vui vẻ, tự tin thể hiện suy nghĩ của mình trước vấn đề mới

Còn bạn thì sao?

Bạn có gặp tình huống nào tương tự như tôi không, hãy thử phân tích sự thay đổi của bạn trước đây và sau đấy, dựa trên 3 yếu tố này để thấy rõ sự chuyển hóa nhé.

Tình huống của bạn		
Ba yếu tố	**Trước đây**	**Sau đấy**
Cảm xúc		
Hành động		
Kết quả		

Bạn thấy kết quả ra sao?

Nếu bạn thấy rằng có một sự khác biệt lớn giữa phần trước đây và sau đấy theo chiều hướng tốt, thì hãy tự thưởng cho bản thân mình một nụ cười thật tươi vì điều đó cho thấy tâm hồn bạn đang nở hoa, hứa hẹn sẽ có những kết quả tích cực trong cuộc sống cũng như hôn nhân của bạn. Bạn đang áp dụng nguyên tắc tấm gương phẳng rất tốt. Hãy cứ phát huy nhé!

Có thể có trường hợp, là bạn gặp khó khăn khi thực hiện bài tập này, thì cũng đừng lo, vì mọi chuyện đều có cách giải quyết, vấn đề là phương pháp. Và quan trọng là còn một bí quyết khác nữa đang chờ đón bạn. Hãy bình tĩnh đón nhận nhé!

BÍ QUYẾT #3
NHỊP CHÈO KỲ VỌNG

Chiếc thuyền kayak

Bạn có biết loại thuyền này không?

Đó là một loại thuyền nhỏ và hẹp, được điều khiển bằng sức người nhờ vào việc chèo tay. Để chèo được tốt, bạn cần một người đồng hành và trong đó sẽ có một người đảm nhiệm vai trò lái chính - ngồi phía sau mũi thuyền. Người lái chính sẽ giữ nhịp để điều khiển thuyền đi đúng hướng.

Nếu ví hôn nhân là một cuộc hành trình của hai người thì nó giống như việc chèo thuyền kayak vậy.

Khi bạn và người đồng hành không thể phối hợp nhịp nhàng, thì thật khó để cho con thuyền lướt đi đúng hướng. Nếu bạn là người lái chính, thì trước tiên bạn cần điều chỉnh đúng hướng và nhịp độ lên mái chèo. Người bạn đồng hành sẽ quan sát động tác của bạn mà làm theo. Còn ngược lại, nếu không có người chủ động lèo lái, mỗi người chèo một nhịp thì bạn nghĩ xem điều gì sẽ xảy ra?

Khi mới yêu thì mọi thứ đều màu hồng, trải nghiệm hôn nhân còn rất "non và xanh" giống như là hai người cùng chèo chung một nhịp, băng băng vượt qua những dòng sông, và tận hưởng những cảnh đẹp tuyệt vời.

Qua giai đoạn kết hôn, cuộc sống chung có những va vấp thì mọi thứ dần trở nên "sần sùi" giống như là mỗi người một nhịp chèo, chưa kể gặp phải những đoạn cua khó, hay những khúc sông chảy xiết, con thuyền hôn nhân có thể bị vỡ tan tành bất cứ lúc nào.

Thường người ta hay tin những gì bạn làm hơn là những gì bạn nói. Nên trước khi mong muốn thay đổi bất kỳ điều gì ở người khác, bạn nên là người chủ động người thay đổi trước tiên.

Để biết được bạn và nửa kia của mình có đang cùng một nhịp chèo hay không, hoặc điều gì đang khiến cho đôi bên bị lệch nhịp chèo, hãy cùng tôi thực hiện bài tập sau.

Xác định những nhịp chèo kỳ vọng

Bạn hãy lấy bút và giấy, và thử áp dụng bí quyết 531 dưới đây.

- Liệt kê ra 5 điều bạn không hài lòng về người bạn đời của mình.

- Chọn ra 3 điều mà bạn mong muốn bạn đời của mình thay đổi.

- Nếu chỉ được chọn 1 điều kỳ vọng nhất thì bạn sẽ chọn điều gì, và tại sao?

Chẳng hạn, **"Danh sách kỳ vọng"** thời điểm đó của tôi với vợ sẽ như sau:

- Quan tâm, chăm sóc con cái nhiều hơn.

- Thay đổi công việc để bớt căng thẳng và áp lực về thời gian.

- Cư xử hài hoà với mọi người trong gia đình.

- Thể hiện rõ trách nhiệm vai trò trong các công việc của gia đình.

- Không thể hiện cái tôi khi xảy ra xung đột.

Bạn có thấy tôi tham lam quá không?

Thực ra, nếu không có giới hạn số 5, danh sách của tôi có thể dài kín chương này đấy!

Khi đó tôi đã đặt ra quá nhiều yêu cầu, quá nhiều kỳ vọng vào người bạn đời của mình, giống như là trên con thuyền kayak của hôn nhân, tôi cố gắng chèo tận 5 nhịp một lần, còn vợ tôi thì nỗ lực mãi mới được có 1 nhịp. Điều đó khiến cho con thuyền của chúng tôi cứ chông chênh, và hậu quả thế nào bạn đã biết rồi đấy, thuyền đã gãy đôi, và mỗi người lạc trôi một nơi.

Trở lại với "Danh sách kỳ vọng" ở trên của tôi, sau khi áp dụng công thức 531 thì kết quả lần lượt sẽ là:

3 kỳ vọng tiếp theo

- Cư xử hài hoà với mọi người trong gia đình.

- Thể hiện rõ trách nhiệm vai trò trong các công việc của gia đình.

- Không thể hiện cái tôi khi xảy ra xung đột.

1 kỳ vọng cuối cùng

- Cư xử hài hoà với mọi người trong gia đình.

Bạn có thắc mắc tại sao tôi lại chọn kỳ vọng cuối cùng như vậy không?

Trong trường hợp của mình, tôi nghĩ rằng việc cư xử hài hoà của vợ thể hiện sự hiểu biết về trách nhiệm và vai trò của một người mẹ, người chăm sóc gia đình. Nó không chỉ khiến cho không khí gia đình trở nên thoải mái và ấm cúng, mà còn là nền tảng để xây dựng gia đình bền vững và trọn vẹn. Từ đó giúp điều hoà những bất đồng trong công việc cũng như các mối quan hệ xã hội, cân bằng các xung đột dễ dàng hơn.

Thế nên, tôi đã thực sự muốn điều đó xảy ra. Có thể nói mong muốn đó lớn tới mức đã làm tôi mờ mắt và che đi một sự thật mà đáng lý tôi phải nhận ra từ lâu.

Khi đã hoàn thành bài kiểm tra, để biết được kết quả như thế nào, bạn cần phải có đáp án. Đó là lý do chúng ta nộp bài cho thầy cô chấm, và đón nhận sự phản hồi để biết mình đã làm tốt chỗ nào, chưa tốt chỗ nào để cải thiện.

Tôi tin rằng, sau khi đọc và thấm nhuần nguyên tắc tấm gương phẳng bạn sẽ nhận ra rằng: ẩn số lớn nhất khiến cho phương trình hôn nhân bị mất cân bằng chính là bản thân chúng ta và những kỳ vọng không hợp lý của mình đối với người bạn đời, vậy thì điều tiếp theo cần làm là gì?

Đó là hành động thôi, hãy đơn giản là thay đổi từ chính bản thân mình trước.

Tất nhiên là cuộc đời không phải lúc nào cũng như mơ, mỗi lần hành động là một lần bạn nộp bài cho "thầy cô cuộc đời", bạn sẽ nhận những phản hồi để biết mình đã làm tốt chỗ nào, hay chưa làm tốt chỗ nào để cải thiện.

Vì vậy, điều quan trọng nhất trong hôn nhân và gia đình là sẵn sàng thay đổi bản thân, duy trì cảm xúc tích cực và liên tục hành động để xây dựng mối quan hệ nồng ấm và hạnh phúc.

Khi bạn đạt được thành công trong việc duy trì và xây dựng mối quan hệ hạnh phúc, điều này mang lại niềm vui và sự mãn nguyện không chỉ cho gia đình nhỏ của bạn, mà còn cho gia đình lớn và mọi người xung quanh.

Dù nỗ lực mà vẫn thất bại?

Trong trường hợp bạn đã nỗ lực rất nhiều và cuộc hôn nhân đã quá muộn để có thể cứu vãn, thì bạn cũng có quyền lựa chọn buông bỏ để tìm kiếm hạnh phúc riêng. Quan trọng là bạn luôn sẵn sàng thay đổi bản thân và hành động một cách tích cực, dù trong hoàn cảnh nào.

Trái tim có thể bị tổn thương, nhưng từ những vết thương ấy, bạn học được những bài học quý báu. Cuộc hôn nhân đổ vỡ không phải là dấu chấm hết, mà nó chỉ là dấu phẩy đánh dấu một điểm dừng và mở ra những cánh cửa mới. Dù có đau buồn, khó khăn nhưng cuộc sống vẫn tiếp tục và bạn vẫn còn nguyên vẹn cơ hội để bắt đầu lại giấc mơ mới.

Cũng chính trong những khoảnh khắc đau buồn, hụt hẫng khi nhìn lại quá khứ, bạn có thể thấy rằng sự đổ vỡ ấy không phải là thất bại, mà là một bước tiến mới trên con đường tìm kiếm hạnh phúc và tự do thực sự.

Tưởng sắp lành, mà lại không thành

Giai đoạn tham gia khoá học hồi sinh hạnh phúc, tôi cảm thấy mình hiểu rõ cuộc hôn nhân của hai vợ chồng hơn bao giờ hết. Vì thế mà tôi hừng hực khí thế và tràn trề niềm tin về sự thành công của việc hàn gắn lại hôn nhân.

Tôi tin rằng, mình giống như một người thợ đóng tàu, lần này tôi sẽ tạo ra một chiếc thuyền hôn nhân mới to đẹp hơn, bền vững hơn... Thậm chí, đôi lúc tôi còn cảm thấy may mắn khi rơi vào hoàn cảnh đó để biết trân trọng hơn những gì đã có.

Chẳng phải tôi đã có hai đứa con ngoan ngoãn, đáng yêu như vậy sao? Tưởng chừng bình thường, nhưng đó đôi khi là niềm ao ước của biết bao nhiêu người còn gì?

Vì niềm tin đó mà tôi chăm chỉ từng ngày trong suốt hành trình, học và thực hành liên tục. Nhiều lúc chính tôi cũng ngạc nhiên và không tin rằng đấy là tôi nữa - một tôi nhún nhường, mềm mỏng rất khác với tôi gia trưởng trước kia.

Nhưng cuộc đời không như là mơ, tưởng thế mà lại không phải thế. Dù đã rất cố gắng và kiên trì nhưng kết quả tôi nhận lại không như mong muốn. Có thể vì những sai lầm tôi mắc phải trước đây đã quá thời hạn sửa chữa, hoặc một lý do nào đó, mà cuối cùng vợ tôi đã quyết định không muốn tiếp tục hàn gắn cuộc hôn nhân này...

Tôi thấy hụt hẫng và suy sụp hoàn toàn.

Và khi tôi chìm xuống đáy vực của sự đau khổ thì tôi chợt nhớ câu nói đã đọc được ở đâu đó, làm mình thức tỉnh: "Cánh cửa này đóng lại thì sẽ có một cánh cửa khác mở ra".

Như một tia sáng trong bóng tối, như một giọt nước trong sa mạc, ý tưởng ấy đã giúp tôi đứng dậy và tiếp tục cuộc hành trình. Tôi lấy lại động lực ngay sau đó, bởi không còn sự dằn vặt trong lương tâm với các con. Dù sao thì tôi cũng đã nỗ lực rất nhiều, cố gắng bằng mọi cách, sẵn sàng nhận trách nhiệm về mình để thay đổi.

Tôi chợt nhận ra một điều, đôi khi việc buông bỏ cũng là cách tốt nhất, để hai người có thể tiếp tục một cuộc sống mới, tìm kiếm hạnh phúc và bình an ở một nơi khác.

Vậy làm sao để biết được lúc nào mình cần nỗ lực và lúc nào thì mình cần buông bỏ?

Liên tục hành động, buông bỏ đúng lúc

Nếu sau khi đã quyết liệt hành động để cứu vãn cuộc hôn nhân rạn nứt, nhưng không mang lại kết quả, bạn cũng nên xem xét đến việc buông bỏ. Vì điều đó không chỉ tốt cho cả hai, mà có thể còn tốt cho con cái và mọi người xung quanh.

Dưới đây là top các dấu hiệu cho thấy bạn nên xem xét buông bỏ.

Dấu hiệu buông bỏ #1
Sức khoẻ tinh thần giảm sút

Nếu chiếc thuyền hôn nhân của bạn bị rạn nứt, không chỉ làm rò rỉ hạnh phúc, mà còn gây ra cho bạn nỗi đau tinh thần, căng thẳng, thì điều quan trọng là ưu tiên sức khỏe tinh thần của bạn.

Hãy yêu thương bản thân mình trước tiên. Bạn không thể sống vui vẻ, lạc quan và hơn thế là mong muốn giúp đỡ người khác, khi bạn không biết yêu thương chính bản thân mình.

Hãy nhớ, ly hôn không phải là dấu chấm hết. Nó giống như một cây cầu, kết thúc một chặng đường cũ, kết thúc một mối quan hệ, và mở ra những hành trình mới mà có thể bạn sẽ tìm được hạnh phúc thực sự của mình.

Dấu hiệu buông bỏ #2
Con cái bị ảnh hưởng

Con cái của bạn như những bông hoa nhỏ đang mọc trong một khu vườn xinh đẹp. Nếu khu vườn tràn ngập năng lượng tích cực, hòa bình và tình yêu thương, chúng sẽ phát triển mạnh mẽ và khỏe mạnh. Nhưng, điều gì xảy ra nếu khu vườn đó đầy rẫy bão tố, tranh cãi và xung đột, liệu những bông hoa ấy còn có thể nở rộ?

Đôi khi, chúng ta cố gắng níu kéo một cuộc hôn nhân đầy mâu thuẫn, vì tưởng chừng đó là điều tốt nhất cho con cái. Nhưng, liệu việc lớn lên trong một không gian đầy âm thanh xung đột, những hình ảnh bất hòa, liệu có thật sự tốt cho chúng không?

Những dấu ấn tiêu cực này sẽ ăn sâu vào tâm hồn của các con. Chúng sẽ lớn lên bằng những cảm xúc tiêu cực và tạo ra kết quả không thể nào lường trước được.

Tuy nhiên, một quyết định lớn như ly hôn cũng không thể vội vã. Bạn cần chuẩn bị tâm lý cho các con bằng những cuộc trò chuyện thành thật, giúp chúng hiểu rằng, dù cha mẹ có không còn ở chung, nhưng tình yêu của họ dành cho con cái sẽ không bao giờ thay đổi. Và rồi, có thể dần dần dẫn các con qua cây cầu hành trình mới, nơi mà dù có khó khăn, thử thách nhưng hứa hẹn một khu vườn hoa hòa bình, chan chứa tình thương.

Dấu hiệu buông bỏ #3
Mất kết nối trong thời gian dài

Một phích nước đã bị bỏ trong góc khuất quá lâu, thì dù bạn có hâm nóng nước bên trong chưa chắc nước đó đã dùng được.

Tương tự, nếu bạn đã không còn kết nối với bạn đời trong một khoảng thời gian dài, thì tình cảm gần như rất khó quay trở về như ban đầu.

Trường hợp này xảy ra khi hai người vẫn chung sống, nhưng không trò chuyện hay chia sẻ điều gì với nhau trong cuộc sống hàng ngày. Cũng có thể là hai người đã ly thân và không còn liên lạc.

Nếu tình cảm giữa bạn và người bạn đời đã trở nên lạnh nhạt, không còn sự quan tâm, chăm sóc, hay gần gũi như trước, thì đó cũng là dấu hiệu rằng cuộc hôn nhân có thể đã đến hồi kết. Mất đi tình cảm trong cuộc hôn nhân có thể làm hủy hoại mọi thứ nhanh chóng và không thể sửa chữa được.

Lúc này, việc tạo dựng và làm ấm một mối quan hệ mới, đôi khi còn dễ dàng hơn nhiều so với việc cứu vãn mối quan hệ đã nguội lạnh quá lâu như vậy.

Dấu hiệu buông bỏ #4
Vấn đề không thể sửa chữa

Gần đây trên tivi, tôi có thấy đưa tin nhiều vụ hỏa hoạn do chập bình xe điện. Điều đáng nói là đám cháy mà chúng gây ra không thể dập được bằng bình xịt cứu hỏa thông thường, cứ thế ngọn lửa cháy dữ dội và nuốt chửng mọi thứ xung quanh.

Tôi thấy trong hôn nhân cũng vậy, sẽ có lúc có những ngọn lửa mà bạn không thể nào dập tắt...

Điều này bao gồm các vấn đề như ngoại tình, nghiện ma túy, hoặc lối sống không lành mạnh. Ma lực của những cám dỗ này rất lớn, nó len lỏi vào mọi ngóc ngách của gia đình và huỷ hoại rất nhiều mái ấm hạnh phúc. Chúng khiến nhiều người không thể vượt qua, không thể tìm thấy lối thoát khỏi vòng xoáy đen tối ấy.

Giải pháp tốt nhất là xem xét việc ly thân hoặc ly hôn trước khi ngọn lửa hung dữ đó bùng cháy và thiêu rụi tất cả, trước khi nó ảnh hưởng tới những mối quan hệ khác của bạn.

Dấu hiệu buông bỏ #5
Không còn chung giá trị sống

Giống như việc cố gắng đưa hai nam châm với hai cực giống nhau lại gần nhau, sự khác biệt quá lớn về giá trị sống mà mỗi người đang theo đuổi không chỉ khiến cho giao tiếp ngày càng khó khăn, mà việc đạt được những thỏa thuận chung từ hai phía cũng trở nên bất khả thi.

Dấu hiệu của việc không chung giá trị sống có thể là: Những tranh cãi về việc giành quyền nuôi con không hồi kết, những mục tiêu quá khác biệt mà không mang lại lợi ích cho cả đôi bên, hay sự thiếu tôn trọng nhau từ những việc nhỏ nhặt nhất...

Lúc ấy, giống như là bạn đang đi trên con đường của mình, nhưng người bạn đời lại muốn đi theo hướng khác. Liệu bạn có còn muốn giữ tay người ấy và cùng đi tiếp, khi biết rằng mỗi bước đi sẽ càng đưa bạn xa khỏi con đường của mình?

Dưới đây là top những dấu hiệu cho thấy rằng bạn có thể xem xét tiếp tục mối quan hệ.

Dấu hiệu tiếp tục #1
Ít trò chuyện nhưng vẫn hỏi thăm những ngày đặc biệt

Bạn có thấy là: Sau cuộc tranh cãi dữ dội, hai người thường cười đùa, nay chỉ còn biết trốn trong những góc tối của nhà, tránh mặt nhau như tránh tà? Có vẻ như không ai muốn mở miệng trò chuyện, tâm lý chung là hạn chế tiếp xúc tối đa.

Điều thú vị: Dù có thể cả hai vẫn đang âm thầm "đếm cừu" sau cuộc tranh cãi, nhưng họ không bao giờ quên một ngày kỷ niệm quan trọng nào đó. Không phải là những ngày lễ tết như 8/3, hay 20/10, mà là những ngày chỉ hai người họ mới hiểu ý nghĩa: sinh nhật, ngày cưới, ngày họ gặp nhau lần đầu...

Những lời chúc mừng đó, cũng là một cách để nói "Tôi vẫn còn nhớ bạn lắm! Bạn vẫn luôn hiện diện trong tâm trí tôi."

Đó là những khoảnh khắc quý báu, những tia sáng nhỏ bé nhưng ấm áp, những dấu hiệu nhỏ nhặt nhưng lại là tín hiệu đáng mừng, cho thấy, dù có thế nào, tình yêu vẫn có thể tìm thấy con đường trở về.

Dấu hiệu tiếp tục #2
Họ cũng sẵn sàng nỗ lực cứu vãn hôn nhân

Cũng giống như thuyết phục một người không biết bơi chống lại dòng nước mạnh, khi cuộc hôn nhân đi vào ngõ cụt, và thậm chí là trên bờ vực tan vỡ, thì sự nỗ lực của cả hai là rất quan trọng.

Điều đó cho thấy rằng: không chỉ bạn, mà người bạn đời cũng luôn đặt tình cảm và tương lai của cả hai lên hàng đầu.

Một cuộc hôn nhân đang đổ vỡ cũng giống như một con thuyền nhỏ đang gặp phải cơn bão lớn trên biển. Khó khăn, thách thức không phải là điều gì quá lạ lẫm. Nhưng điều quan trọng không phải là khó khăn lớn đến mức nào, mà là cách chúng ta đối mặt và vượt qua chúng như thế nào.

Đôi khi, tìm kiếm sự hỗ trợ từ chuyên gia tâm lý, hoặc tư vấn hôn nhân là một trong những giải pháp tốt nhất, giống như tìm được những chiếc phao cứu sinh vậy. Và trong hành trình đó, thật tuyệt vời nếu bạn thấy tín hiệu đồng hành của người bạn đời.

Đó là một tia sáng hy vọng trong bầu trời u ám, một dấu hiệu cho thấy chúng ta không đơn độc trong cuộc chiến này, một minh chứng rõ ràng về mức độ cố gắng, cam kết của người bạn đời để giữ lại một cuộc hôn nhân quý giá.

Hãy nhớ: Chỉ khi cả hai cùng chèo, con thuyền mới dễ dàng vượt qua cơn bão.

Dấu hiệu tiếp tục #3
Không có người thứ 3

Một tín hiệu đáng mừng và là nền tảng bền vững trong mối quan hệ hôn nhân là sự tin tưởng, và cam kết rằng "không có người thứ 3".

Điều này đồng nghĩa với việc cả hai không chỉ tôn trọng tình cảm và sự cam kết đối với nhau, mà còn thể hiện sự trung thực và lòng tin tuyệt đối vào người bạn đời.

Không có người thứ 3 trong mối quan hệ hôn nhân có nghĩa là cả hai người đều đặt người kia ở vị trí trung tâm của cuộc sống của nhau.

Điều đặc biệt, là kể cả khi xảy ra rạn nứt trong hôn nhân, bạn đời của bạn vẫn giữ quan điểm như vậy, thì đó là dấu hiệu mà bạn nên trân trọng để hàn gắn lại hôn nhân.

Dấu hiệu tiếp tục #4
Cởi mở, thẳng thắn trao đổi về các mâu thuẫn

Ít có cái cây nào mà không hề có bất cứ cành nhánh nào. Mỗi mối quan hệ cũng có những nhánh rẽ, những mâu thuẫn. Nhưng chúng không phải là dấu hiệu của sự hủy hoại, mà chúng có thể là dấu hiệu của sự phát triển.

Một yếu tố quan trọng trong hôn nhân, giống như nước cho cây cối, là khả năng cởi mở và thẳng thắn trao đổi về các mâu thuẫn. Điều này thể hiện sự tin tưởng và sẵn sàng lắng nghe lẫn nhau trong quá trình giải quyết vấn đề.

Nó cho thấy bạn và người bạn đời sẵn sàng mở cửa trái tim, để đón nhận một cuộc trò chuyện chân thành với nhau. Bạn hay bạn đời không sợ mất lòng tự trọng hay sự tổn thương, mà thay vào đó là tập trung vào việc tìm ra giải pháp và cách cải thiện mối quan hệ đang rạn nứt.

Sự cởi mở, thẳng thắn trong việc trao đổi về các mâu thuẫn giúp bạn giải quyết vấn đề hiệu quả hơn. Đây là một biểu hiện rõ ràng về sự cam kết đối với nỗ lực cứu vãn hôn nhân, và nếu như cứu vãn được, thì mối quan hệ này sẽ giống như một cái cây vươn cao mạnh mẽ, sẽ giúp cuộc hôn nhân được đưa lên một tầm cao mới.

Dấu hiệu tiếp tục #5
Dành thời gian cùng nhau trong các dịp quan trọng của con cái

Trong hôn nhân, con cái là một trong những sợi dây thấm đẫm yêu thương, gắn kết tình cảm của các cặp đôi. Và với nhiều cặp đôi, dù xảy ra xung đột nhưng sự ưu tiên cho con cái vẫn được đặt lên hàng đầu.

Bạn có thể thấy, nhiều cặp đôi vẫn nhớ đến những dịp quan trọng như sinh nhật, kỷ niệm, và các sự kiện quan trọng khác của con cái. Đó có thể là các hoạt động chung của gia đình như chơi trò chơi, hoặc thậm chí là tổ chức các chuyến du lịch ngắn ngày để tạo ra những kỷ niệm đáng nhớ cho con cái.

Việc dành thời gian cùng nhau trong các dịp quan trọng này thể hiện sự cam kết và tình yêu thương đối với gia đình của mỗi người. Nếu bạn đời của bạn là một người như vậy, thì đó là hơi thở của tình yêu, là bình minh hi vọng, là tín hiệu lạc quan để bạn trân trọng và cố gắng nối lại cuộc hôn nhân đang rạn nứt, giữ lại hạnh phúc gia đình.

Các dấu hiệu nên buông bỏ	Các dấu hiệu nên tiếp tục
Sức khoẻ tinh thần giảm sút.	Ít trò chuyện nhưng vẫn hỏi thăm những ngày đặc biệt.
Con cái bị ảnh hưởng.	Họ cũng sẵn sàng nỗ lực cứu vãn hôn nhân.
Mất kết nối trong thời gian dài.	Không có người thứ 3.
Vấn đề không thể sửa chữa.	Cởi mở, thẳng thắn trao đổi về các mâu thuẫn.
Không còn chung giá trị sống.	Dành thời gian cùng nhau trong các dịp quan trọng của con cái.

LỜI CHIA TAY

Bạn thật tuyệt vời!

Cám ơn bạn vì đã lựa chọn cuốn sách, và đặc biệt là đã đọc tới đây...

Điều đó cho thấy rằng bạn là người thật sự trân quý, khao khát gìn giữ hạnh phúc gia đình.

Sự kiên trì nào rồi cũng sẽ được đền đáp xứng đáng và sự nỗ lực hôm nay của bạn cũng không ngoại lệ. Những gì bạn đọc hôm nay sẽ trở thành tấm bản đồ giúp bạn tạo dựng một nền tảng gia đình hạnh phúc, bền vững mai sau.

Trước khi chia tay với một món quà cảm hứng, hãy cùng tổng kết lại những điều quan trọng mà chúng ta đã trao đổi.

Thông qua **bí quyết #1**, bạn đã biết **sai lầm lớn nhất** khiến hầu hết mọi người làm mất cân bằng phương trình hôn nhân, và tự hủy hoại hạnh phúc gia đình, đó là họ đã không chấp nhận sự khác biệt của nhau.

Hãy nhớ rằng, mỗi chúng ta đều là một phiên bản duy nhất, không ai giống ai. Bạn và người bạn đời là những mảnh ghép, bổ sung cho nhau để tạo nên một bức tranh hôn nhân hoàn hảo.

Khó mà có hai mảnh ghép giống nhau mà ráp lại được với nhau. Bạn càng nhận ra và thấu hiểu điều đó từ sớm, cuộc sống hôn nhân của bạn sẽ ngập tràn hạnh phúc, cuộc đời bạn sẽ tràn ngập niềm vui.

Bất cứ lúc nào cảm thấy khó chịu, bức xúc, hãy hít thở và tự nhắc bản thân câu thần chú 10 giây:

> Khác biệt là hiển nhiên,
> quan trọng là tôn trọng.

Ở **bí quyết #2**, bạn nhận ra những người có cuộc sống hôn nhân hạnh phúc, họ biết một điều gì đó mà người đau khổ có thể chưa biết. Đó là một nguyên tắc nằm lòng giúp cân bằng hôn nhân:

Nguyên tắc Tấm gương phẳng

Tuỳ vào tấm gương mà bạn đang soi. Nó có thể là gương lồi, cũng có thể là gương méo. Nhưng là gương phẳng thì vẫn "ổn áp" nhất, vì nó sẽ cho bạn thấy hình ảnh trung thực và sắc nét về bản thân bạn.

Mọi thứ sẽ thay đổi khi bạn tự thay đổi chính bản thân mình. Hãy luôn ghi nhớ "Bạn tốt hơn để bạn đời cũng tốt hơn" chứ không phải "Bạn đời tốt thì bạn sẽ tốt."

Mọi sự thay đổi, dù lớn lao đến mấy cũng đều bắt đầu từ bản thân mỗi người. Đây là nguyên tắc chung đã được kiểm chứng cho tất cả mọi việc, kể cả hôn nhân gia đình. Bạn phải thực sự hiểu bản thân mình trước khi hiểu người khác. Và bạn chỉ có thể thay đổi bản thân mình trước khi thay đổi người khác.

Từ đó, sang **bí quyết #3**, bạn cũng nắm được một bí quyết để duy trì sự đồng điệu trong cuộc sống, hạn chế các xung đột làm rạn nứt mối quan hệ hôn nhân:

Xác định những nhịp chèo kỳ vọng

Với bí quyết này, bạn đã đi vào thực hiện các hành động để nhận ra các nguy cơ gây rạn nứt hôn nhân. Đồng thời, bạn cũng biết cách thay đổi người khác tốt nhất là thay đổi chính bản thân mình, và việc đầu tiên cần làm là xác định ra những kỳ vọng đang có trong mình.

Ngoài ra, bạn cũng được cung cấp tấm bản đồ về các dấu hiệu để biết khi nào nên tiếp tục, và sẽ biết lúc nào nên buông bỏ.

Trước khi chia tay bạn với món quà rất thú vị và khép lại cuốn sách này, hãy cùng đến với một câu chuyện...

Câu hỏi cứu vãn cuộc hôn nhân

Đây là câu chuyện có thật của nhà văn Richard Paul Evans và vợ ông, Keri, mà tôi đọc được trên báo NBCNews.[4]

Cả hai đã phải đối mặt với tình trạng tồi tệ nhất của cuộc hôn nhân, khiến nó tồi tệ tới mức cảm giác như một bong bóng xà phòng đã phình to quá mức, và có thể vỡ toang bất cứ lúc nào.

Tuy nhiên, hiện tại họ lại đang sống hạnh phúc cùng nhau. Điều gì đã khiến cuộc hôn nhân của họ hồi sinh và thay đổi ngoạn mục như vậy?

Bước ngoặt đến từ một lần trong lúc tắm, Evans chợt nghĩ: ông có thể thay đổi bản thân, biết đâu vợ ông sẽ khác.

Sáng hôm sau, ông bèn hỏi vợ: "Nếu có thể làm cho tâm trạng của em vui vẻ

---

[4]https://www.nbcnews.com/better/health/how-one-couple-saved-their-marriage-asking-each-other-simple-ncna833266

trong suốt một ngày, thì em muốn anh làm gì?"

Ban đầu, vợ ông rất ngạc nhiên và có phần hoài nghi, vì vậy bà ấy đã thử ông. Bà ấy nói ông đi dọn dẹp bếp, và ông đã làm như vậy mà không chút do dự.

Ngày tiếp theo, ông lại hỏi vợ câu hỏi tương tự.

"Anh dọn dẹp gara đi," vợ ông trả lời.

Mặc dù công việc này mất nhiều thời gian, và hôm đó ông còn nhiều việc khác nữa, nhưng Evans vẫn kiên nhẫn làm như vợ yêu cầu.

Ngày hôm sau nữa, ông vẫn tiếp tục hỏi vợ như vậy.

Lần này, vợ ông nói, "Anh không cần làm gì cả..."

Nhưng Evans không từ bỏ. Ông hỏi vợ cùng câu hỏi đó mỗi buổi sáng trong hai tuần liên tiếp. Cuối cùng, vợ ông đã khóc.

"Em mới là người nên hỏi anh câu đó," vợ ông nói trong nước mắt.

"Em chỉ cần chúng ta dành nhiều thời gian hơn cho nhau thôi!"

Bây giờ, mỗi buổi sáng, vợ chồng Evans đều hỏi nhau câu hỏi đó. Điều này đã thay đổi hoàn toàn mối quan hệ của họ.

Bạn có thấy hình ảnh của mình ở trong câu chuyện trên không?

Đôi khi chúng ta đã quá mải mê với những cảm xúc của bản thân mình, mà quên mất rằng người bạn đời của chúng ta cũng có những cảm xúc riêng cần được tôn trọng (đó lý do mà tình yêu ban đầu thật là đẹp). Chỉ khi đặt mình vào hoàn cảnh của bạn đời, thì chúng ta mới hiểu rằng đó lại là những điều đáng trân trọng và nâng niu.

Đôi khi chỉ cần những thay đổi nhỏ mà mình thực hiện liên tục và kiên trì thì cũng sẽ giúp mình có những bước tiến xa.

Có thể bạn thấy những gợi ý trong cuốn sách này rất đơn giản, nhưng tin tôi đi: sức mạnh không nằm ở kiến thức, mà nó nằm ở việc chúng ta đưa kiến thức đó vào hành động và tạo ra kết quả.

Vậy thì, cho dù cuộc hôn nhân của bạn đang như thế nào, hãy cứ hành động, nỗ lực hành động, phản ứng tích cực, sớm muộn hoa thơm trái ngọt sẽ tới.

MÓN QUÀ TẶNG BẠN

Nếu bạn đã đọc đến đây, tôi thực sự biết ơn bạn bởi vì bạn đã không chỉ trân trọng cuốn sách này, mà còn trân trọng chính hạnh phúc của gia đình mình. Thế giới cần những người kiên trì như bạn, sẵn sàng thay đổi để mang lại hạnh phúc và những kết quả tốt đẹp cho bản thân, cho mọi người.

Dù tôi cũng đã nỗ lực hết sức để chia sẻ những kinh nghiệm xương máu của mình, tuy nhiên không có gì là đảm bảo cả. Trong khi áp dụng các bí quyết trên, bạn có thể gặp phải các khó khăn như:

- Làm sao để xử lý các vấn đề nghiêm trọng hơn như ngoại tình, và thậm chí bạo lực gia đình?

- Nếu lựa chọn ly thân/ly hôn, thì làm sao để bảo vệ sức khỏe tinh thần và hạn chế tổn thương cho các thành viên khác trong gia đình?

- Làm sao làm chủ được cảm xúc của bản thân khi có những tình huống quá sức chịu đựng?

- Làm sao để vượt qua cảm giác biết rõ vấn đề của mình, thậm chí biết rõ mình cần làm gì, nhưng không quyết tâm hành động để giải quyết?

- Làm sao để lấy lại niềm tin cuộc sống và tìm được hạnh phúc mới nếu hôn nhân đổ vỡ?

- Sự dị nghị của người khác về hôn nhân của mình?

- Làm sao chăm sóc cho bản thân, nếu như cuộc hôn nhân tan vỡ, và không sa đà vào vũng lầy của cảm giác thất bại?

- Làm sao để bắt đầu những mối quan hệ mới, tìm hạnh phúc mới, mà không bị đi theo vết xe đổ, mà không bị tổn thương một lần nữa?

Và nhiều vấn đề khác nữa mà tôi khó có thể chia sẻ hết trong khuôn khổ cuốn sách này. Thế nên tôi đang tiếp tục viết một cuốn sách lớn về chủ đề này, hẹn gặp bạn ở đó.

Bên cạnh đấy, nếu bạn có bất cứ khó khăn nào khác, thì đừng lo, hãy quét mã QR dưới đây để nhận quà, cũng như để chúng ta có cơ hội được kết nối và trao đổi với nhau chi tiết hơn.

chungtn.com/qr-phuongtrinhhonnhan

Ngoài ra, nếu bạn có một ý tưởng hay hoặc một câu chuyện thú vị nào đó, thì cũng có thể gửi email trực tiếp cho tôi qua địa chỉ ở cuối trang web khi quét mã QR bên trên.

Tái bút.

Nếu được, tôi cũng rất cảm kích khi bạn yêu quý và để lại review cho quyển sách này. Dù vài dòng thôi, nhưng cũng là nguồn cảm hứng lớn để tôi tiếp tục con đường ý nghĩa này.